सांग ना सये....

सुर्यकांत रघुनाथ जाधव

ISBN 979-888546528-1

माझ्या देहावरती निखळ प्रेम करणारे माझे मन. देह आहे तोवर त्याचीच साथ देण्याची त्याची निष्ठा आणि आत्मविश्वास. हेच अंतिम सत्य म्हणून देह आणि मन यांचे बंधन एकरूप करून अखंड आयुष्य व्यतीत करण्याची हमी देणारे माझे निरागस आणि निस्वार्थी प्रेम. हे दोघे आहेत तोवर सर्व लढाया लढणार, हरलो तरीही पुन्हा उभे राहणार, अनेक संकटे पार पाडणार, अनेक दुःखे पचवणार, सर्व सुख मिळवणार, सर्वांना जोडणार, सर्वांना आपलंस करणार. हे सर्व घडवून आणणारं माझं मन हेच माझं प्रेम. माझं प्रेम हेच माझं मन.

तूच आहेस माझ्या जीवनाचा शिल्पकार. तूच आहेस माझं समाधान.

तुझ्यामुळेच मी आज आहे, उद्या असेन आणि तुझ्यामुळेच मी या विश्वात कायम राहीन.

जेव्हा या सुंदर मनाला एखाद्याची भूरळ पडते, आपसूक ते त्या मनाला साद घालू लागते. आपसूक ते स्वतःच विश्व तयार करते. आपसूक ते वेगवेगळे ऋतु बनवते. ते हसते, रडते, खेळते, बागडते.

स्वतःवर प्रेम करणारा व्यक्ती संपूर्ण जग जिंकण्याची क्षमता ठेवतो. आणि म्हणूनच जे मन दुसऱ्या मनावर प्रेम करते ते स्वतःपेक्षा दुसऱ्या मनावर जास्त विश्वास ठेवते. अश्याच या निरागस मनाला माझं हे पुस्तक समर्पित " सांग ना सये....".

माझं मन तु आहेस नि तुझं प्रेम मी आहे. तुझ्या भावना मला समजतात, माझ्या संवेदना तुला कळतात, एवढे ते एकजीव आहेत.

माझे शब्द हेच माझ्या भावना, माझ्या संवेदना, माझे स्वप्न, माझे काव्य. आणि ते सर्व तुझ्याचसाठी आहेत " सांग ना सये...."

अनुक्रमणिका

अनुक्रमणिका

प्रस्तावना

लेखक:- श्री सुर्यकांत रघुनाथ जाधव

बीजांना अंकुर फुटावे आणि रोपट्याचे स्वरूप घ्यावे तसेच शब्दांचे, शब्दांच्या काव्यसरीतून मन संवेदना अंकुर घेऊ लागतात आणि रोपट्या प्रमाणेच त्या बहरत जातात. याच संवेदना स्वप्न दाखवतात. ते स्वप्न पूर्ण करण्यासाठी देह आणि मन झटतात, झुरतात, एकवेळ हरून पुन्हा उठतात. जश्या संवेदना तसे काव्य

बहरते. खरतर आयुष्य किती वेगवेगळ्या घटनांनी संवेदनांच्या गुंतागुंतीतून आकार घेत असत! हि गुंतागुंत मानवी मनाला एका वेगळ्या प्रवाहात घेऊन जात असते. आपण वाहत जातो आणि स्वतःला या जगापासून वेगळे समजू लागतो. कधीकधी आवडत्या व्यक्तीचा सहवास तर कधी एकांत हवाहवासा वाटू लागतो. कधी स्वतःशी तर कधी निसर्गाशी गप्पा मारू लागतो. मानवी मनाला हि भुरळ पडणे, हे आभास होणे, हेच तर प्रेम असते. कधी रागावणे, कधी रडणे, कधी हसणे तर कधी चिडणे हे संवेदनांचे प्रकटीकरण मनाच्या गुंतागुंतीतूनच तयार होते.

मी माझ्या कवितांमधून अश्याच वेगवेगळ्या संवेदनांचा आधार घेऊन प्रियकर आणि प्रेयसी मधील प्रेम भावना तुमच्यासमोर मांडण्याचा प्रयत्न केला आहे.

प्रियकर आणि प्रेयसी कोणीही असतील, अगदी कॉलेज मधील मुलं-मुली, तरुण युवक-युवती अथवा नवरा-बायको असोत. मनभावना त्यांच्या कृतींतूनच समोर येतात. प्रसंगानुरुप त्या भावना शब्दांत विणता आल्या तर काव्य घडतातच.

"सांग ना सये..." आवर्जून वाचाल आणि या प्रेम भावनांचा आनंद घ्याल अशी खात्री आहे.

ऋणनिर्देश, पावती

त्या प्रत्येक क्षणांचा मी ऋणी असेन ज्यांनी मला हसायला शिकवलं. त्या प्रत्येक घटनेचा मी ऋणी असेन ज्या घटनांनी मला जगायला शिकवलं. त्या प्रत्येक घटकांचा मी ऋणी असेन ज्यांनी मला उभं राहायला शिकवलं. त्या प्रत्येक प्रसंगांचा मी ऋणी असेन

ज्यांनी मला जिंकायला शिकवलं. त्या प्रत्येक शब्दांचा मी ऋणी असेन ज्यांनी मला व्यक्त व्हायला शिकवलं. त्या प्रत्येक वेदनेचा मी ऋणी असेन ज्यांनी मला संवेदनांची जाणीव करून दिली. त्या प्रत्येक भौतिक आणि अघटित गोष्टींचा मी ऋणी असेन ज्यांमुळे मी या निसर्गावर प्रेम करू शकलो.

नांदी, प्रस्तावना

सागराच्या लहरींप्रमाणेच मनोमनीच्या भावना...
कधी खवळतात, कधी संथ होतात, कधी तटावर येऊन आदळतात तर कधी लाटांवरच विसावतात.

समुद्राच्या पाण्यातच त्या पुन्हा विलीन होतात आणि पुन्हा नवीन लाटा होऊन जन्म घेतात.

हा खेळ अविरत चालूच राहतो. ते खवळणे आणि शांत होणे हे आयुष्याचे सारं आहे. ते पुन्हा पुन्हा जन्म घेणे हे मनाचे सारं आहे.

ते लाटा होऊन तटाला गवसणी घालणे हे प्रेमाचे सारं आहे.

समुद्राच्या या अवखळ अविरत वागण्याला आपल्या आयुष्यातील वेगवेगळ्या घटनांशी, संवेदनांशी जोडून बघ, जो प्रत्यय येईल तो शब्दांत गुंफून बघ... आणि मग तुच सांग मला....

"सांग ना सये..."

1. सांग ना सये

माझ्या कविता तुला साद घालतात,
सांग ना सये, ऐकशील का?
उचंबळून येणाऱ्या आठवणी, शब्दांमध्ये सांगतात....
पाठी फिरुनी फक्त एकदा बोलना, सांग ना सये, ऐकशील
का?
गहिवरलेल्या मनातून आणि दाटून आलेल्या कंठातून,
शब्द नाही फुटणार...
हृदयातून हळहळणारा मी, मुक्यानेच साद घालेन...

जाणीव होईल तुलाही तेव्हा, सांग ना सये, ऐकशील का?

एकांतात तुला भेटतील चांदण्या, स्पर्शून जाईल हवा...

मी सुद्धा तेव्हाच, मोजत असेन चांदण्या,

जी कमी पडेल मोजण्यात, तीच गुंतलेली असेल तुझ्याशी बोलण्यात...

तुझ्या मनातील भावना, तिला तरी सांगशील का? सांग ना सये, ऐकशील का?

तीच मला सांगेल तुझ्या मनीचे गुपित...

पुन्हा मी तिलाच सांगेन आणि धाडेन गुपचूप निरोप,

तिचंतरी थोडं म्हणणं, एकांतात ऐकशील का?

सांग ना सये, ऐकशील का?

चांदणीसुद्धा थकेल, म्हणेल आता तुम्हीच बोला....

तेव्हा छतावर बसू आपण दोघे...

पाठीला पाठ टेकून आभार मानु तिचे...

सांग ना सये, ऐकशील का?

तेव्हाही कदाचित तू बोलणार नाहीस आणि

माझेही धाडस होणार नाही...

मग मान वर करून मी त्या चांदणीशीच हसेन...

सांग ना सये, ऐकशील का?

पुन्हा तिला सांगून धाडेन एक निरोप...

ऐकण्यासाठी माझे मन, समोर माझ्या येशील का?

सांग ना सये, तेव्हातरी चांदणीचं त्या ऐकशील का?

© SURYAKANT_R.J.

2. नजरेतील अव्यक्त प्रेम...

पाहता क्षणीच भुललो...

अन मागे मागे फिरलो...

ति तिथं मी असा प्रवास रंगला...

अन नजरानजरीचा खेळ खूप दंगला...

आमच्यातील प्रितबंध मित्रांनी हेरले...

येता जाता शब्दांनी दोघांनाही घेरले...

नजरेतील बाण आता समोर येऊन थाटले...

शब्दसुमांच्या प्रीतफुलांची गोडी ओठी दाटले...

नेत्रसुखांच्या हिरवाईतून गाली खळी खुले...
अबोल प्रीतीचे मनोमनी इंद्रधनुष्य फुले...
दिवसागणिक दिवस सरले...
शब्द न ओठांवरती फिरले...
प्रेम नजरेतून व्यक्त झालेले...
कधी शब्दांनी ना स्पष्ट केले...
आता भेटीगाठी संपल्या...
उरल्या होत्या आठवणी...
येता जाता पडेल गाठ अन...
व्यक्त होतील साठवणी...
पुन्हा सरले कित्येक वर्षे...
आस मनीची पुसती प्रकर्षे...
ना ति वेळ पुन्हा मिळाली...
ना पुन्हा ति प्रत्यक्षाने आली...
नजरेतील ते प्रेम मनामध्येच राहिले...
पहिले प्रेम निरागस आठवणीत वाहिले...
© SURYAKANT_R.J.

3. मी वळून पाहीन तेव्हा हसून थोडं बघ...

पाहिलंय तुला अनेकदा उगाचच लाजतेस...
मी निघून गेल्यावर मागे वळून पाहतेस...
समोर असेन तेव्हा मन भरून बघ....
डोळ्यांत डोळे घालून माझे हावभाव तु ही बघ....
पाहण्याचा तो आटापिटा नाही लपून राहत...
आरशा पुढची नट नट वाटे कोणीच नाही पाहत...
केस सावरताना थोडी लाजूनच बघ...

डोळ्यांच्या कोनातून लाली आता बघ...

मी जाईन बाजूने, आतुरतेने तु पाहत बसशील...

ओठ दातात दाबून हसू गाली साठवत बसशील...

हळू आवाजातच एकदा साद घालून बघ...

मी वळून पाहीन तेव्हा हसून थोडं बघ...

जेव्हा येईल दिवाळी, तु नटशील माझ्यासाठी...

नेहमीच्या त्या नाक्यावर मी येईन तुझ्यासाठी....

मैत्रिणीच्या खांद्यामागून लपून थोडं बघ...

फोटो माझा देईन तुला एकदा मागून तरी बघ....

© SURYAKANT_R.J.

4. उडता उडता का होईना, मुखडा दाखवलास ...

उडता उडता का होईना, मुखडा दाखवलास ...
बदललेल्या विचाराचा तुकडा दाखवलास...
छान वाटलं तुला पाहुन, वाटलं एकटक पाहावं राहून...
कृपा केलीस माझ्यावर, हसरा चेहरा तुझा दाखवलास ...
अधून मधून का होईना, असच करत जा...
थोड्या वेळेसाठी, एक चक्कर मारत जा...
गोड शुभेच्छा मी देत जाईन,
छोटा message टाकत जा...
संध्याकाळ होईल आता, चहा प्यायला ये...
रोमँटिक गाणी लावेन, आस्वाद तू पण घे...
चहाचे घोट घेशील तेव्हा लक्ष इकडे दे...
आवडलेल्या गाण्याला once more ची ऑर्डर मला दे...
मी तुझ्या दादे ला दुजोरा हसून देईन...
झोपाळ्यात बसून तुला सारखं सारखं पाहीन...
सायंकाळी बागेमध्ये वाट पाहत राहीन...
गुलाबी रंगाच्या ड्रेस मध्ये तुला येताना पाहीन...
तू पाहशील माझ्याकडे आणि गाठशील तोच कोपरा...
भेळ खात मी हि येईन, चुकवून सर्व नजरा...
वेळ अशीच घालवू चोरून चोरून पाहण्यात...
जाताना रुमाल पाडून घे, मी ठेवलेला गजरा...
© SURYAKANT_R.J.

5. आज प्रेम हसला...
मनात धसका बसला...

खूप दिवसांपासून मी पाठी होतो फिरत...
दाद नव्हती मिळत की... नजरेत नव्हतो भरत?

आज प्रेम हसला... मनात धसका बसला...
नाव गाव विचारलं तर गलात चपराक बसला...

गालावरती हात ठेवून तिथून पळ काढला...

आता ठरवलं मनामध्ये नको प्रेमाचे नाव...
दुसऱ्या दिवशी पुन्हा सुरु लपाछपीचे डाव...

मला पाहून तीच हसणं...
अन क्षणात गायब होणं...

रोज नवे प्रयोग तिच्या नजरेत भरण्यासाठी...
जसे तिच्यासमोर बसणं...
कॉलेज मधून परतताना मागे मागे जाणं...

असाच एक दिवस मी पाठलाग तिचा केला...
hotel मध्ये तिने म्हणे lunch कुणासोबत केला...

डोक्यातून थोडा सटकलो...
अन समोर जाऊन उभा ठाकलो...

भाऊ तिचा मिलिटरीवाला...
आडवा पाडून जाम चोपला...

कंबरेवर हात ठेऊन घर कसबस गाठल...
घरी कळवलं, गाडीवरून मित्रानच पाडलं...

काही दिवस आराम करून... पुन्हा कॉलेज गाठल...
पुन्हा नाही होणार म्हणून sorry तिला म्हंटल...

माझ्या sorry ने आता मारला होता सिक्सर...
प्रेमाकडून गोड हासूने मिळालं होत उत्तर...
© SURYAKANT_R.J.

6. तुझ्याच पापण्यांत, मी द्वंद्व पाहिलेले...

छन छन पैंजणांची, चाहूल मज झाली...
ती चांदरात आली, ती प्रीतसाक्ष झाली...
तुझ्या डोळ्यांत राणी, मी स्वर्ग पाहिलेले...
तुझ्याच पापण्यांत, मी द्वंद्व पाहिलेले...
वाऱ्या सवे तु आली, मजला स्पर्शुन गेली...
चतकोर पावलांनी, हळुवार खेळून गेली...
जे जीर्ण जाहलेले. वृक्षाचे पर्ण ते ही...
लाजाळुनी भाळी, गाळुन आज गेली...
हर्षुन चंद्र नभी, का पाहतो तळ्यावर...
मन चोरले तु माझे, नावं कोरले तयावर...
ते चांदणे नभीचे, श्रृंगारुनी गेली...
या क्षत पामराला, झंकारुनी गेली...

7. एक खेळ खेळुयात का?

आपणसुद्धा एक खेळ खेळुयात का?

एकमेकांना विसरून पुन्हा, सुरुवात वेगळी करूयात का?

जेव्हा आपली पुन्हा नव्याने भेट होईल...

आपल्यातील गैरसमज, वाद तेव्हा कमी होईल...

जपूनच पुढे जात राहू...

एकमेकांची मनं आपण जपत जाऊ...

दुसऱ्यांकडे पाहून सुखावणारे मन, आपल्यातच मग रमेल...

तुझी माझी गट्टी आणखी घट्ट जमेल...

चांदण्या बघ जमलेत, वरून चंद्रही खोळंबलाय...

सुरु करायचा का आपला खेळ? मन हि आता भांबावलाय...

© SURYAKANT_R.J.

८. गालावरची खळी हळूच, काळजामध्ये घोळतेस...

मनात काही चाललंय तुझ्या...
नाही लपत नजरेतुन माझ्या...
शांत पाण्यावरचे तरंग येतात किनाऱ्यावर...
मान खाली घातलीस तरीही लाज दिसतेच गालावर...
ते हसन खुपच मोहक वाटत...
सारखं तुझ्याकडे पाहावंसं वाटतं ...
मी पाहिल्यावर मात्र तू नजर चोरतेस ...
गालावरची खळी हळूच काळजामध्ये घोळतेस...
बोलशील का कधी उत्सुर्फपणे...
आवडेल मलाही तुझी सोबत सखे...
हसशील का माझ्याशी स्वछंदपणे ...
मी हि मनसोक्त हसेन तुझ्यासवे...
© SURYAKANT_R.J.

९. तुला सवय होती, खूप खूप बोलण्याची....

ती सुरुवातच होती, नव काही शिकण्याची....
तरीही सवय नव्हतीच, कुणाकडून काही ऐकण्याची...
तुला सवय होती, खूप खूप बोलण्याची....
आणि मला अबोल, शांत राहण्याची...
तू हसायचीस मला, आणि काहीतरी बोलायची...
मी मात्र आपल्याच धुंदीत, तू बेफिकिरीने जगायची...

मग तू चिडायची, आणि माझ्यासोबत भांडायची...
मला नव्हते उमगत, तू भांडायची कि बोलण्यासाठी
झुंजायची...
दिवस सरले यातच, तू पाहत राहिलीस...
रागावलीस, चिडलीस आणि सरते शेवटी विसरलीस...
मी माझ्याच वर्तुळात गोल गोल फिरत राहिलो...
ते वळण आठवताना मनातच श्वास मोजत राहिलो...
© SURYAKANT_R.J.

10. मी पाहावे...

तु नटावे ...
मी पाहावे...
डोळ्यांनी माझ्या रूप साठवावे...
तु चालावे ...
मी पाहावे...
पावलांनी माझ्या मागे मागे यावे...

तु हसावे...
मी पाहावे...
मनाने माझ्या थोडे सुखवावे...
तू पाहावे ...
मी पाहावे...
न बोलताही काही बोलवावे...
तू लाजावे...
मी पाहावे...
इशान्यातून तुला खुणवावे..
तू हसावे...
मी पाहावे...
हसून एकमेकांत गुंतून जावे...
© SURYAKANT_R.J.

11. छान वाटलं तुझं चिडणं...

फोन उचलला नाही म्हणून रागावलीस...
नाक मुरडून गाली दोन्ही फुगावलीस...
छान वाटलं तुझं चिडणं...
समजतंय प्रेमात माझ्या तु ही हरवलीस...
मेसेज वर तुला मी मनवतोय...
तुझं खोटं रुसणं मनोमनी सुखावतंय...

आता प्रेमाच्या दोन गोष्टी पणं बोल...
तुझ्या दोन शब्दांसाठी प्रत्येक क्षण खुणावतंय...
ठीक आहे नको बोलुस...
मनातलं काही नको खोलूस...
मला पाहुन हलकेच हस...
नजरेला नजर देत मनात माझ्या बस...
© SURYAKANT_R.J.

12. वाटलं होत तू बोलशील काही...

वाटलं होत तू बोलशील काही...
हसूनच सुरुवात करशील काही...
दिवस सुरु झाला, तु पाहिलं नाही...
दिवस संपला तरीही तू बोलली नाही...

हा तुझा प्रतिसाद होता?...
कि माझा भ्रमनिरास होता...
कि अबोलाच याचा उत्तर होता...
कि प्रश्नाला उत्तर ही ना चं होता?...
मला काहीच कळले नाही...
मनातून दिवस सरला नाही...
प्रश्नाला उत्तर मिळालं नाही...
आपलं बोलणं काही झालंच नाही...
हा समज समजु, कि होकारच असावा...
तुझ्या अबोलातच, स्वीकार असावा...
मग दोघांच्या मनात तरंग उठावा ...
डोळ्यांनीच समजावा असा सारंग रचावा...
© SURYAKANT_R.J.

13. स्वप्न तुझें, स्वप्न माझे, स्वप्नवत पाहशील तु...

जपेन मी तुला, अशीच मनात रहा...

डोळे बंद करशील तेव्हा, मला आठवून पहा...

जेव्हा जेव्हा आठवशील, तू सहजच हसशील...

आरश्यात पाहुन केसांवरती, हात फिरवशील...

कुणी तुला पाहतंय का?, याची तुला भीती वाटेल...

डोळ्यांआडून लपंडाव, प्रतिबिंबात दाटेल ...

हळूच छोटी टिकली काढून, कपाळावर लाव...

चाहुल लागताच येण्याची, दाराकडे धाव...

गडगडणाऱ्या नभांतुन, बरसेन मी...

कडाडणाऱ्या विजेसंगे, कोसळेन मी...

तळपणाऱ्या सुर्यासंगे, तळपेन मी...

सळसळणाऱ्या वाऱ्यासंगे, हरपेन मी...

तुला जाणीव होईल, स्पर्शाने...

तू फुलून येशील, हर्षाने ...

आठवणींच्या जगामध्ये, आपणच असु...

चंद्रकोरीच्या झोपाळ्यात, काही वेळ बसु...

हिंदोळे घेताना, चांदण्यात रमशील तु ...

स्वप्न तुझं, स्वप्न माझे, स्वप्नवत पाहशील तु...

© SURYAKANT_R.J.

14. संपले ते आयुष्याचे, वेगळेच पर्व होते...

बैचेन मी आता, झालोय घोकल्याने...
अस्वस्थ मी आता, मनातले ओकल्याने...
योग्य कि अयोग्य, याची तमा न होती...

प्रतिमा मनात माझ्या, फक्त तुझीच होती...
तू बोलली ना काही, त्याची अपेक्षाच होती...
अबोल राहशील तू, याची अपेक्षाच नव्हती...

संपले ते आयुष्याचे, वेगळेच पर्व होते...
दाटल्या मणी धुक्याचे, वेगळेच बंध होते...

हि हार माझी, मला कबुल आहे...
तुझ्या मनात माझी, किंमत शून्य आहे...

ही रात्र सरेल आता, पुन्हा पहाट होईल...
जे स्वप्न ठिणगीचे, आगीचे लोट होईल...

हलकेच आवडीची, जागा मनात घेईल...
सये तुझ्याच ओठी, माझीच हाक होईल...

© SURYAKANT_R.J.

15. आस मनाला, पुढच्या क्षणाला, समोर येऊ दोघे..

आठवणींच्या पुस्तकांतली, पालटली अनेक पाने...
तुलाच आठवून, आळवले ओठी, ओढ-मनीचे गाणे...
नाजूक डोळे, गौरकांतीला नक्षत्रांचे लेणें...
मनात भरले, सौन्दर्याचे, नटलेले ते सोने...

क्षणात विरले, पाण्यात भरले, डोळ्यांवरचे हसु...
कुजबुजलेल्या ओठांवरचे, शब्द ना आळवत बसु...
आस मनाला, पुढच्या क्षणाला, समोर येऊ दोघे...
भिडतील पुन्हा, जुळतील पुन्हा, मनोमनीचे धागे...
पाहशील ना, बोलशील ना, गुपित सारे सारे...
भेटशील ना, ऐकशील ना, मनाचे सारं सारे...
मनात माझ्या, कोरलेल्या त्या, असंख्य अगणित भ्रांति...
क्षणात हसतील, स्वप्ने फुलतील, मिळतील मनभर शांती...
© SURYAKANT_R.J.

16. काय गं, रागावलेस का? का अशी करतेस?

काय गं, रागावलेस का? का अशी करतेस?
तोंड मोडून, मान वळवून, कुठे तू बघतेस?
सारखीच आहे धावपळ तुझी, म्हणून चिडचिड करतेस?
सांग मलाही थोडं काम, का एकटीच करतेस?
नाही जमणार मला, तुझ्यासारखं कामं झट-पट ...

नाही निघणार भांडी सुद्धा एकदम लक्ख मक्ख ...
जसं जमेल तसं, मी प्रयत्न थोडा करेन...
छोट्या छोट्या कामांमध्ये हातभार थोडा लावेन...
सापडतील तुला खूप चुका, माझ्या कामामध्ये....
समजून घेशील तू हि तेव्हा, वाढत्या व्यापामध्ये?....
असंच पाहिजे हा अट्टाहास तू हि सोड....
आराम मिळावा हा हेतू, मनातली नाराजी तू हि सोड...
सुट्टी घेऊन जाऊ आपण कुठे फिरायला...
बहाणे नको तेव्हा, तुला लागेलच मग नटायला...
© SURYAKANT_R.J.

17. आठवते का तुला
आपली पहिली भेट राणी...

आपल्या पहिल्या भेटीतील क्षण...

पुन्हा पुन्हा यावा...

तुझ्या रुपाला खुलवणारा सृष्टीतील साज

अखंड फुलता राहावा...

ते झुळझुळणारे पाणी...

सांगे वाऱ्याची मंजुळ गाणी...

तुझ्या मुखातील गोडगोड वाणी...
आठवते का तुला आपली पहिली भेट राणी...
ते उडणारे थवे, किलबिलणारे पक्षी...
मोकळ्या आभाळात ढगांची नक्षी...
वाऱ्यासंगे डुलणारे गवत होते त्याचे साक्षी...
तरीही अजाणते पणी डोळ्यांमध्येच गढलो आपण अप्रोक्षी...
हृदयात ते क्षण कोरलेले...
स्वप्नवनात दोघेही हरलेले...
कृष्णवलये सांजसमयी...
आभाळामध्ये भरलेले...
थरथरणाऱ्या हातांमध्ये...
कोमल हातांची ऊब आली...
न भिडणाऱ्या डोळ्यांमध्ये...
कशी कुठून लाज आली...
दोन शब्द प्रेमाचे पडले जेव्हा कानी...
आठवते का तुला आपली पहिली भेट राणी...
© SURYAKANT_R.J.

18. तु आहे तशीच रहा, हीच एक आशा ...

तु माझ्याशी बोलावेस अशी सक्ती नाही...
तु माझ्याशी हसावे अशी आस नाही...
तु मला पाहावे हे ध्येय नाही...
तु मला भेटावे हे स्वप्न नाही...
तु मला समजावे हि अपेक्षा नाही...
तु मला उमजावे हि धारणा नाही...

तु आहे तशीच रहा हीच एक आशा ...
तू नित्य सुखी रहा हिच सदिच्छा ...
यापुढे मी हि तुला पाहणार नाही..
माझ्यामुळे तुला त्रास होणार नाही...
तुझ्या आयुष्यात मी कधी नव्हतो आणि नसेनही...
माझ्या आयुष्यात मी असेन किंवा नसेनही...
© SURYAKANT_R.J.

19. सर्वांमध्ये नसते हिम्मत, कठोर निर्णय घ्यायला...

तुझ्या मनात जागा केली, तेव्हाच मी जिंकलो...
सोबत नसली तरीही, मनातून मी जिंकलो...
असेल तुझीही मजबुरी, नकार मला द्यायला...
सर्वांमध्ये नसते हिम्मत, कठोर निर्णय घ्यायला...
वेळ सरली, आयुष्याला वेगळे वळण लाभले...
संसारात हवे नको ते, सर्व तुला लाभले...

तरीही एक कोपरा मनाचा, कायमच खाली असेल...
एकांतातील आठवणीत, तिथे मीच असेन...
आठवणींचे क्षण तुला नक्कीच सुखावतील...
मी तसा वाईट नव्हतोच, ज्या आठवणी माझ्या
दुखावतील...
आता खूप पुढे गेलोय, मागे वळून पाहताना...
आयुष्यही थोडंच उरलय, स्वप्नात तुला पाहताना...
कधी वाटलंच तर, थोडी हिम्मत नक्की कर...
भेट नाही, बोलणं नाही, छोटासा message गुपचूप कर...
तुझी खुशाली कळव, माझे हाल विचार...
क्षणिक सुख देऊन, जीवनाचं सार्थक माझ्या कर...
© SURYAKANT_R.J.

20. शब्दसखी...

रुजलेल्या शब्दांतून उमललल्या प्रीतफुलांच्या वेली...

शब्दसखी तू अर्ध्यावरती प्रीत का सोडून गेली...

शब्द सजले, मनही रुजले, बोलावणं ना केली...

आर्त आसही शब्दसुमांची कोमेजून का गेली...

नयनरम्य शब्दसखींची गाली खुले खळी...

काळजातली मुकी भावना अश्रूत भरकटली...

अद्भुत निसर्ग नियमांची उगा फूस धरली...

शब्दसखी तू बंध मनीचे काव्यातून हरली...

शापित आयुष्यात माझ्या दुनिया शब्दांतली...
शब्दसखी तू हेरून सारे मनोमनी का फिरली...
स्वप्नांची शिदोरीही किंचित पडते उणी...
शब्दसखी तू पूर्ण करते रिक्तमनाची कमी...
© SURYAKANT_R.J.

21. मन गुंतता गुंतते...

मन गुंतता गुंतते...
कधी कल्पनी रंगते...
जीव होतो कासावीस...
जेव्हा मला तू पाहते...
तुझे शब्दही प्रेमाचे...
का जवळी माझ्या साठे...
वाट धोक्याची धुक्याची...
बंध निर्बंधांची भीती...

मग होऊनि विचार...
घुसे काळजात आत...
तुझे मन माझे मन...
एकचित्त एक ध्यान...
वाट पाहता पाहते...
मनी चाहूल लागते...
जीव होतो कासावीस...
जेव्हा मला तू पाहते...
© SURYAKANT_R.J.

22. अल्लड तुझे वागणे, तुझ्यात नकळत हरवत गेलो...

तुला पाहताच मी, शब्द जुळवत गेलो...
मनोमनी स्वप्नांचे, घोडे पळवत गेलो..
कधीतरी नजर भिडते, मी ही मिळवत गेलो...
समोरून तु जातेस तेव्हा, वळून पाहत गेलो...
विषय नसतातच बोलायला, विषय आठवत गेलो...

प्रश्नार्थक तुझ्या नजरेला, हळूच चोरत गेलो...

आकर्षण तुझे नेहमीचेच, मी आकर्षित गेलो...

विचारांत तुझ्याच जीवनाला, हर्षित घडवीत गेलो...

इंद्रधनुतल्या रंगांची रोषणाई तू, मी तुलाच ठरवत गेलो...

हिरव्या साडीतली गौराई तु, मी तुलाच सजवत गेलो...

हट्टाने पेटतेस तु, तुझे हट्ट पुरवत गेलो...

अल्लड तुझे वागणे, तुझ्यात नकळत हरवत गेलो...

23. कळतात तुझे हावभाव, तरीही शब्दच वळत नाही...

स्वप्नचं म्हणतात त्याला, कि उगाच उसणे काही...
अपुर्णत्वाची झालर ज्याला, अशीच चादर काही...
सांग तुझ्या नजरेला, ती उगाच वळत नाही...
पापण्यांची फडफडं क्षणात, कुठेच लपत नाही...
मौनात तुझ्या कांय, हे नक्कीच कळत नाही...
कळतात तुझे हावभाव, तरीही शब्दच वळत नाही...
गुंफलेल्या श्वासांनाही आता, काहीच फरक नाही...
धडधडणारे वेडे मनं हे, उगाच झुरत नाही...
तुलाच कोरलंय या हृदयावर, सहज मिटणारं नाही...

उरेल कोडें आयुष्यावर, कधीच सुटणार नाही...

24. पुन्हां एकदा हरवायचंय तुझ्यात...

पुन्हां एकदा हरवायचंय तुझ्यात, तुझे हसु होऊन...
माझ्या स्वप्नांना पहायचंय तुझ्यात, तुझे स्वप्न होऊन...
हातात हात घेऊन आपण, दूर दूर जाऊ...
क्षितिजाच्याही पलीकडले, आभाळ आपण पाहु...
इंद्रसभेचे प्रेक्षकही, मंत्रमुग्ध होतील...
काळोखाला दूर सारुन, चंद्र तारे होऊ...
पुन्हां एकदा हरवायचंय तुझ्यात, तुझे रुप होऊन...

आरश्यासवे रमायचंय तुझ्यात, तुझे प्रारुप होऊन...

तू न्याहाळशील स्वतःलाच, वारंवार क्षणात...

तुझेच रुप साठवशील डोळ्यांत, आणि माझ्या मनांत ...

लाजशील आणिक पुन्हा वळून, पाहशील क्षणिक...

प्रतिबिंबात चमकतील तुझ्याच, सौन्दर्याचे माणिक ...

पुन्हा एकदा हरवायचंय तुझ्यात, तुझे प्रेम होऊन...

माझे आयुष्य जगायचंय तुझ्यात, तुझे प्रेम होऊन...

तु समजशील मला, तु खूप खुळा आहे...

खरचं आहे दुनियेसाठी, मी खुळखुळाच आहे...

तु ही खेळ या मनाशी, तासनतास आवडीनेच...

मलाही आवडेल, खेळणं होऊन हसेन सवडीनेच...

25. पण कसं सांगू तुला?...

मला तु खूप आवडतेस गं, पण कसं तुला सांगू?
खरं सांगितलंच तर तु, कदाचित कधीच बोलणार नाहीस...
संवाद दूरच, मान वर करून पाहणार हि नाहीस...
मलाही खूप आवडतंय गं, पण कसं सांगू तुला?
तु चिडतेस, रागावतेस आणि हक्कानेच मला ताडतेस...
क्षणिक मी रुसतो, पुन्हा तु मनवतेस ...
हा रुसण्या मनावण्याचा खेळ तुलाही खुप आवडतोय...

मलाही खूप आवडतंय गं, पण कसं सांगू तुला?
तु हसतेस, लाजतेस आणि गुपचुप मला पाहतेस...
माझी नजर पडते, आणि तु नजर चोरतेस...
हा चोरून पाहण्याचा खेळ, तुलाही खुप आवडतोय...
मलाही खूप आवडतंय गं, पण कसं सांगू तुला?
तु ठरवुनच प्रेमळ गीतें गुणगुणतेस...
मी ऐकतो, आणि तु आणखी सुर लावतेस...
हा ऐकवण्याची खेळ, तुलाही खूप आवडतोय...
मलाही खूप आवडतंय गं, पण कसं सांगू तुला?
अबोला धरून लुटपुटीचा राग भारीच जमतो तुला...
पण त्या क्षणांतही दुरावा झोंबुन जातो मला...
हा अबोल्यातील प्रेम तुलाही खुप आवडतोय...
मलाही खूप आवडतंय गं, पण कसं सांगू तुला?

सरत्या आयुष्याला कुठेच थांबणे नाही. घडुन गेलेल्या घटनांना काहीच बदल नाही. पुढे काही घडेल याचे शाश्वत काहीच नाही. आपल्या हातात आहे ते फक्त "आत्ता" आहे. तुमचे निर्णय, तुमचे वर्तमान आणि भविष्य ठरवेल. चुकलेले निर्णय पश्चात्ताप करवतील. म्हणूनच स्वच्छंद जगण्यातच स्वानंद आहे.

हि धुंद जागराची...
कि मुक्त पाखराची ...
तारुण्य सारून झाली...
चाहुल मुक्त वावराची...
हे विचार प्रगल्भतेचे...
कि वागणे प्रौढतेचे...
नखशिखांत अनुभवांची...
यादीच जणु ल्याली...
झेलून संकटे छाती...
अति पहाड झाली...
विचार फिरता मागे...
नयने दाटून आली...
सुटले ते हातचे ना...
उरले ते भाग्य होई...
मानुन सुख सागराचे
पाणीही गोड होई...

www.ingramcontent.com/pod-product-compliance
Lightning Source LLC
Chambersburg PA
CBHW052127150726

48002CB00006B/2511